AF509763

BẠCH-CƯ-DỊ

琵琶行

TỲ-BÀ-HÀNH

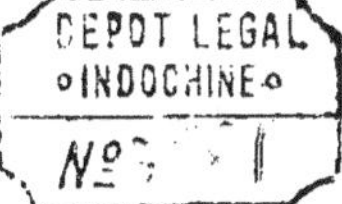

IMPRIMERIE TAM-DINH-TU
LE-VAN-TAN Succr
136, Rue du Coton — HANOI

Extrait du Bulletin de la Société d'Enseignement Mutuel du Tonkin,
Tome VIII, nᵒ 4, octobre-décembre 1927.

琵琶行

TỲ-BÀ-HÀNH

TỲ-BÀ-HÀNH

Le poème chinois dont nous donnons ici le texte et une traduction française [1], a pour auteur le célèbre Bạch-cư-Dị, de la dynastie des Đường, mort en 846 de l'ère chrétienne.

Comme on pourra s'en rendre compte par l'analyse de cette pièce, l'individualité du génie de l'auteur subsiste tout entière, sans qu'il soit besoin de diminuer, encore moins de nier ses attaches dans l'espace et dans le temps; mais c'est comme âme, comme personnalité libre, indépendante des choses, que les amateurs de poésie chinoise voudront sans doute la considérer. Ils constateront l'éveil de cette personnalité dans l'œuvre de Bạch-cư-Dị en particulier et dans la poésie des Đường en général, où pendant longtemps le sujet ne parvient pas à se dégager de l'objet; puis vient une heureuse période de transition dans laquelle les deux éléments se font équilibre : c'est celle qui correspond aux productions les plus parfaites de cette littérature privilégiée. Quand l'équilibre est rompu au profit du sujet pensant, le mot littéraire a constitué son indépendance et cet accroissement successif de l'élément subjectif est la marque de la littérature des Đường.

Sur la vie de Bạch-cư-Dị, nos lecteurs trouveront dans la notice qui suit, extraite des Vies ou Portraits des célèbres Chinois du P. Amiot (Mémoires concernant l'histoire, les sciences, les arts, les mœurs, les usages, etc., des Chinois, par les Missionnaires de Pékin), une notice d'aspect un peu composite, mais qui ne sera pas sans utilité, et n'est pas en elle-même dépourvue d'intérêt. Elle est à vrai dire plus biographique que littéraire; mais elle a cet avantage, comme le dit l'auteur lui-même, de lier l'histoire particulière de Bạch-cư-Dị à l'histoire générale de son temps et «de présenter aux yeux une sorte de perspective où chaque objet paraît à sa véritable place, et peut intéresser le lecteur à des événements fastidieux peut-être par la manière dont ils sont énoncés».

---

(1) Nous croyons intéressant de reproduire au-dessous du texte chinois une daptation en vers annamites.

TỲ-BÀ-HÀNH

Bài *Tỳ-Bà-Hành* chúng tôi đem in và dịch ra pháp-văn (1) sau đây, là của *Bạch-cư-Dị* tiên-sinh soạn ra. Tiên-sinh ở về đời nhà Đường, mất năm 846 dương-lịch.

Cứ xem bài này, — chẳng phải làm nhẹ bớt hoặc gạt hẳn cái mối liên-lạc của tiên-sinh đối với không-gian và thời-gian đi, — cũng đủ rõ rằng cái thiên-tài đặc sắc của tiên-sinh vẫn vẹn toàn cả. Nhưng thiết tưởng nhà hán-học có xét cái biệt-tài đó hẳn là chỉ muốn xét về đường tâm-tri, về đường cá-nhân, có cái vẻ tự-do, cô-lập, không khuất với ngoại-vật chứ chẳng không. Ai nấy một mặt coi riêng văn-tập của tiên-sinh, một mặt coi hết cả văn-thơ đời Đường, mới biết rằng trước kia các nhà văn-sĩ mãi chưa thoát-ly được ngoại-vật ra, bấy giờ mới khởi điểm biểu-lộ ra được. Thế rồi đến một thời-đại giao-thời rất hay. Trong thời đó khách-quan chủ-quan hai đàng tương-sinh, chính đang lúc trong văn-giới đặc-sắc đó, xuất-sản ra nhiều áng văn-chương tuyệt diệu. Dĩ chí đến khi chủ-quan hiển-nhiên ra, khi đó cái « bản ngã văn gia » mới được tự-chủ, mà chủ-quan dần dần được cô-lập như thế chính là cái đặc-sắc văn-chương về đời nhà Đường vậy.

Còn như muốn biết lý-lịch *Bạch-cư-Dị* tiên-sinh thế nào thì độc-giả cứ xem thiên tiểu-truyện sau đây, chúng tôi trích ở pho « lịch-sử chân-dung các người *Trung-Hoa* có tiếng » của cha *Amiot* soạn (Ký sự về lịch-sử khoa học, mỹ-thuật, phong-tục, vân vân, của dân *Trung-Quốc*, các cha ở *Bắc-Kinh* soạn). Thiên tiểu-truyện này trông thì vụn-vặt, nhưng không phải là vô-ích, mà toàn-bản không phải là không hay đâu. Nói cho thực ra thì thiên tiểu-truyện này liệt về đàng văn-chương thì ít mà nói về truyện ký thì nhiều, nhưng được một điều — mà chính tác-giả cũng bảo thế — là cho ta biết biệt-sử *Bạch-cư-Dị* tiên-sinh có liên-lạc với toàn sử cả một thời tiên-sinh ở ra làm sao mà tựa như cho ta coi một bức chân-họa, vật nào ở chỗ nào đúng chỗ ấy, có thể làm cho độc-giả thấy cái hành-trạng nào kể lại rất nhặt tựu-trung cũng cho là có ý-vị vậy.

---

(1) Dưới bài hán-văn có in bài dịch quốc-văn, thiết tưởng cũng không phải là vô vị.

Pê-kiu-Y

Pê (*Bạch*) était le nom de la famille, il avait pour nom propre Kiu-Y (*Cư-Dị*), et pour surnom Lo-Tien (*Lạc-Thiên*). On dit de lui que le septième mois après sa naissance, il savait déjà ouvrir un livre, et que la mère lui désigna deux caractères, qu'elle lui apprit dès lors à connaître. Ses parents ne négligèrent point des dispositions si heureuses; Pê-kiu-Y profita si bien des leçons de ses maîtres, qu'après avoir passé successivement par tous les grades de la littérature, il reçut celui de docteur, au commencement de la dix-septième année de son âge.

Vers le milieu des années dénommées Yuen-ho (*Nguyên-hoá*), c'est-à-dire, vers l'an de Jésus-Christ 812, l'Empereur Hien-tsoung (*Hiến-tôn)* le fit mandarin. Son application à l'étude lui fit négliger quelques-uns des devoirs de sa charge, et en punition de sa négligence, il fut abaissé de quelques degrés. Cette légère humiliation le corrigea pour quelque temps, et il ne donna à l'étude que ceux de ses moments qu'il ne devait pas à des occupations plus importantes. Il eut différents emplois, qu'il remplit à la satisfaction de ceux qui les lui avaient procurés, parce qu'il fut toujours d'une intégrité à toute épreuve, et que dans tout ce qu'il faisait, il avait l'honneur pour principe, et le bien public pour objet.

Cependant l'état de contrainte dans lequel il était obligé de vivre, était trop opposé à ses goûts, pour qu'il ne cherchât pas à s'en délivrer, il n'attendait pour cela que de se voir en état de pouvoir vivre commodément, sans le secours d'autrui. Il acheta une petite maison, et acquit peu à peu quelques fonds de terre près Hiang-chan (*Hương-sơn*); et quand il fut sur le retour de l'âge, il renonça aux charges et à tous les emplois pour aller dans cet asile jouir de lui-même et de sa liberté.

Il y fut à peine arrivé, qu'il mit tous ses soins à chercher ce qu'il est difficile de trouver, je veux dire des amis. Parmi le grand nombre de ceux qui s'offrirent à lui, il n'en choisit que quatre, auxquels il crut pouvoir se livrer. Le premier était un bonze, nommé Jou-Man (*Như-Mãn*). qui desservait un temple, situé sur le penchant de la montagne. Ce cénobite était d'une conversation agréable, et plus instruit que ne le sont pour l'ordinaire ceux de sa profession : il aimait la botanique, et le lieu de sa résidence le mettait dans l'occasion de cultiver son goût. En se liant avec lui d'une étroite

Bạch-cư-Dị tiên-sinh

Tiên-sinh họ Bạch, tên Cư-Dị, tự Lạc-Thiên. Tục truyền rằng tiên-sinh mới bảy tháng đã biết mở sách, Bạch-mẫu bèn dạy cho tiên-sinh hai chữ học. Tiên-sinh có tư-chất thông-minh như thế, song-đường cho đi học. Tiên-sinh học rất sáng, thi-cử đều đậu, đến năm mới 17 tuổi đã đỗ tiến-sĩ.

Vào khoảng giữa năm Nguyên-Hòa tức là năm 812 sau Thiên-chúa giáng-sinh, vua Hiến-Tôn phong cho làm quan. Tiên-sinh ham học sao nhãng việc quan nên phải giáng xuống mấy trật. Tiên-sinh phải trách phạt như thế, định-tỉnh lại ít lâu: khi nào nhàn việc mới xem sách. Tiên-sinh được thụ phong nhiều chức, làm việc quan, quan trên đều đắc dụng vì tính tiên-sinh rất liêm mà làm việc gì cũng lấy danh-giá làm căn-cớ, thương dân làm mục-đích.

Tiên-sinh không ưa phải khuất thân làm tôi triều-đình như vậy, vẫn muốn cáo hồi, nhưng còn phải đợi thời. Tiên-sinh tậu được một gian nhà nhỏ và một ít đất ở Hương-sơn, lúc về già bèn cáo lão về ở đó cho được tự-do phóng-thích.

Tiên-sinh mới được về đã đi ngao-du tìm bạn, chọn được bốn người có thể cho là tri-kỷ được. Một là vị hòa-thượng, pháp danh là Như-mẫn, tu ở ngọn chùa trên sườn núi Hương-sơn. Vị này chuyện rất vui, mà là một tay cao-tăng học-thức; tính thích cỏ cây, tu ở ngọn chùa đó rất được mãn-nguyện. Bạch tiên-sinh làm thân với, thực được nhiều điều lợi, được tự-do vãng chùa như trong nhà mình vậy. Không những thế mà thôi, lại cũng vị Hòa-thượng ấy đi chu-du một ngọn núi có nhiều hoa thơm cỏ lạ mà người ta thường bảo có tiên ở.

Hai vị quan bất-đắc-ý là Nguyên-Chần và Lưu-mộng-Đắc, cáo quan về nhà ngâm vịnh cũng đến kết hữu với Bạch-cư-

amitié, Pè-kiu-Y se procura plusieurs avantages, il allait et venait dans le monastère avec autant de liberté que dans sa propre maison. Il pouvait, outre cela, parcourir avec son bonze, tous les coins et recoins d'une montagne, fameuse par ses productions naturelles et par les esprits, qui, selon la crédulité populaire, y faisaient leur séjour.

Ouei-Tchou *(Nguyèn-Chẩn)* et Licou-mong-Tè (*Liru-mộng Đắc).* l'un et l'autre du nombre de ces lettrés, qui n'ayant pu entrer dans les grandes charges dont ils se croyaient dignes, s'étaient retirés dans le sein de leurs familles, où ils cultivaient la poésie, briguèrent l'amitié de leur nouveau voisin. Pè-kiu-Y les admit avec plaisir, parce qu'il trouvait dans leur société le double avantage de parler littérature, et de mettre en usage le talent des vers qu'il possédait lui-même à un degré éminent. Un quatrième vint se présenter, il s'appelait Hoang-fou Ming-Tché (*Hoàng-phử Lãng-Chi*), c'était un homme de plaisir, un buveur aimable, qui racontait avec grâce, qui portait la joie partout où il allait. Pè-kiu-Y crut heureux d'avoir fait l'acquisition d'un ami de ce caractère, il avait le plaisir de boire avec lui, et s'amusait de ses récits. Tels furent les quatre amis de ce solitaire d'un nouvel ordre, il les visitait alternativement et recevait leurs visites. Il se bâtit une petite maison de plaisance, ou pour mieux dire un petit hermitage dans la montagne même de Hiang-chan. Là, tantôt avec les deux poètes et tantôt avec le buveur, sans se mettre en peine de la manière dont les autres hommes vivaient entre eux, sans souci, comme sans inquiétude, il s'amusait avec son buveur, et quelquefois à faire des vers ; et quand le beau temps l'invitait à la promenade, ou qu'il sentait le besoin de faire de l'exercice, il allait trouver son bonze, et parcourait avec lui quelque recoin de la montagne qu'il n'avait point encore visité.

Il avait pris la précaution de changer de nom, pour empêcher que ses parents, ou ses anciens amis, ne vinssent troubler le repos dont il jouissait. Il se faisait appeler le docteur de l'agréable ivresse, Tsoui-yn-chong (*Túy-ngâm-sinh*), il préférait, disait-il, cette dénomination aux titres les plus pompeux, et ce n'était que par elle qu'il voulait qu'on le désignât. Sa manière de vivre et les pièces de vers qui couraient de temps en temps sous le nom singulier du Docteur de l'agréable ivresse, le rendirent bientôt fameux. Quelques lettrés de différentes provinces, eurent la curiosité de voir un homme qui s'annonçait d'une manière si bizarre. Ils se rendirent à Hiang-chan (*Hương-sơn*), et huit d'entr'eux, à peu près du même

Dị tiên-sinh. Bạch tiên-sinh cho vào hàng quý-khách cùng nhau đàm-đạo văn-chương xướng-họa liên ngâm, một vị nữa là Hoàng-phủ Lãng-Chi cũng đến họp với Bạch tiên-sinh. Vị này vui tính, thích rượu, giảo-hoạt, đi đâu cũng vui; Bạch-cư-Dị kết bạn với rất lấy làm hởi lòng, vì được cùng nhau uống rượu, được nghe những truyện lý-thú.

Bốn vị chi-lan là bốn vị đó. Bạch tiên-sinh cùng bốn vị ấy lần lượt cùng nhau lui tới. Tiên-sinh lại cất một nóc nhà nghỉ mát — gọi là ẩn-cư thì hơn — ở núi Hương-sơn. Ở đó hoặc cùng hai vị thi-sĩ, hoặc cùng vị tửu-trạng giao-kết với nhau chẳng có câu nệ thói thường gì, vô lo vô lự, lúc đối ẩm với viên tửu-trạng khi ngâm thơ, bao giờ mát giời nhàn hứng hay cần phải cử-động thì lại đi với Hòa-thượng Như-Mãn ngao-du sơn-thủy, những nơi danh-lam thắng-cảnh.

Tiên-sinh lúc đó đã thay họ đổi tên cho bà con, bạn đồng-nghiệp trước không biết đâu mà đến làm cho tiên-sinh bận-rộn phiền-phức được. Tiên-sinh tự gọi là Túy-ngâm-sinh. Tiên-sinh nói rằng: thích cái huy-hiệu ấy hơn các chức-tước hào-hoa khác, mà cũng chỉ muốn ai nấy lấy huy-hiệu ấy gọi tiên-sinh thôi. Cách-cục tiên-sinh sinh-hoạt, lại những bài thơ đội tên lạ lùng là Túy-ngâm-sinh thỉnh thoảng truyền tụng đi thành ra tiên-sinh nổi tiếng. Có mấy vị quan tỉnh muốn đến thăm một vị ẩn-sĩ tiếng ly-kỳ như thế bèn đến Hương-sơn. Trong bọn đó có tám vị cùng chạc tiên-sinh thấy tiên-sinh ăn ở như thế, cho là sướng nhất đời, cùng định theo gương tiên-sinh. Họ cũng đến Hương-sơn cất nhà ở gần nhà Bạch-cư-Dị rồi bắt chước tiên-sinh cũng lấy phong-hoa vũ-trụ, nhàn-tản, làm thú hữu-tình. Thỉnh thoảng lại đến nhà nhau rượu chén ngâm thơ. Khi đã cùng nhau họp mặt đông đủ rồi, một vị đứng lên xướng xuất đầu-đề gì thì hôm ấy phải ngâm vịnh đầu-đề ấy, mà tuy phóng cho hết khóe thi văn nhưng đầu-đề bao giờ

âge que lui, charmés d'un genre de vie qu'il regardait comme le seul qui pût les rendre heureux, résolurent de l'embrasser : Ils vinrent fixer leur séjour à Hiang-chan et s'y firent des logements aux environs de celui de Pê-kiu-Y, où ils vécurent, à l'exemple du Docteur de l'agréable ivresse, dans l'indépendance et le repos. Ils s'assemblaient fréquemment, tantôt chez l'un tantôt chez l'autre, se mettaient à table, buvaient, mangeaient et faisaient des vers.

Quand ils étaient tous rendus au lieu de l'assemblée, l'un d'entr'eux preposait le sujet sur lequel devait rouler l'entretien de ce jour-là, et ce sujet était toujours décent, quoique susceptible de tous les agréments de la poésie. Chacun tenait à son tour le pinceau, pour écrire ce dont on était convenu unanimement. Quand à la fin du repas, c'est-à-dire à la fin de la journée, on trouvait qu'il manquait quelque chose à la pièce on y revenait un autre jour, jusqu'à ce qu'elle fut en état de paraître ; alors on la livrait à cet ami de table de Pê-kiu-y, dont j'ai parlé plus haut, et cet agréable débauché en faisait la lecture dans les différentes compagnies, sous le titre de pièce nouvelle des neuf vieillards de Hiang-chan, c'est le nom que prenaient ces neuf docteurs, par contraste aux neuf sages que les Sectaires assuraient s'être rendus immortels dans le même lieu.

. . . Les noms des neuf vieillards de Hiang-chan ainsi que leur genre de vie, ayant percé jusqu'à la Cour, l'Empereur voulut en voir le chef, c'était alors Ou-tsoung qui était sur le trône ; Pê-kiu-y fut mandé : il se rend à la Cour, voit l'Empereur, en est très bien reçu, mais il reçoit en même temps l'ordre cruel d'abandonner sa chère solitude de Hiang-chan. Pour lui adoucir en quelque sorte l'amertume de cet ordre, le prince lui donna les richesses qu'il méprisait, et l'éleva aux honneurs dont il faisait encore moins de cas.

Devenu tout d'un coup riche, et président second de l'un des grands tribunaux de l'empire, Pê-kiu-Y se conduisit en sage et avec toute la gravité d'un homme de loi, il renonça entièrement à la poésie, mais non pas tout à fait au vin ; car pour ne pas perdre le souvenir des agréables moments qu'il avait coulés dans la solitude, il fit élever dans le jardin le plus reculé de la grande maison dont l'Empereur lui avait fait présent, une montagne factice, en représentation de la montagne de Hiang-chan, ce jardin était comme un lieu sacré, dont l'entrée était interdite aux profanes, il n'y introduisait que les huit compagnons, lesquels ayant été appelés peu après son départ, avaient eu part comme lui aux bienfaits du prince,

cũng vậy, không khi nào lơi-lả cả. Cả bọn đều lần lượt cầm bút, tay đề. Tan cuộc rượu, nghĩa là hết ngày rồi xem thơ-ca còn thiếu gì hôm sau lại lục đến cho kỳ được. Đầu dấy rồi mới trao cho Bạch tiên-sinh, Bạch tiên-sinh mới đem ra đọc cho mọi người nghe, lấy mệnh-đề là Hương-sơn cửu-lão thi-văn để đối với chín vị ẩn-sĩ họ bảo xưa kia ở đó đã nổi danh tiếng lắm.

Tiếng chín viên lão thi-gia ở Hương-sơn ấy cùng cách nhàn-tản hứng-thú của họ đồn mãi đến kinh; nhà vua, lúc đó là Vũ-Tôn hoàng-đế muốn tham-kiến viên chú đoàn, bèn triệu Bạch-cư-Dị về. Bạch-tiên-sinh về triều, được trọng dãi nhưng phải bỏ rời Hương-sơn cư-ẩn ra, nhà vua tặng tiền cùng phong quan tước cho tiên-sinh để mua chuộc tiên-sinh, nhưng tiên-sinh cũng chẳng lấy gì làm hạnh-ngộ cả.

Tiên-sinh phút chốc nên giàu lại được phong làm phó-đô sát. Tiên-sinh cử-chỉ ra bậc hiền-triết, nghiêm-khắc ra một bậc pháp-luật lão-thành. Tiên-sinh không ngâm vịnh nữa, nhưng không chừa rượu vì tiên-sinh vẫn không quên những lúc lạc-thú trong thâm-sơn trước, tiên-sinh bèn bảo sày trong số vườn ở dinh Hoàng-đế cho, một trái núi non bộ như núi Hương-sơn. Khu vườn ấy chẳng khác gì một nơi linh-cấm người ngoài không vào được; tiên-sinh chỉ cho tám viên bạn thân tiên-sinh vào thôi. tám vị ấy vua cũng triệu về triều sau tiên-sinh mà cũng về ở kinh-sư vậy, cứ đến mồng một và ngày rằm, là những ngày đô-sát-viện nghỉ việc, thì tiên-sinh lại mật hội-yến với bạn như yến ẩm ở Hương-sơn. Tiên-sinh hôm nào cũng vậy cứ đúng giờ lại lên núi. Khi nào rồi việc thì lưu ở đó, mà công việc tiên-sinh làm rất là mẫn-cán. Trên cửa nhà tiên-sinh chỉ có một cái biển đề ba chữ: « Túy-ngâm-sinh » thôi. Người qua lại không được rõ trong gia-trạch tiên-sinh thế nào. Tiên-sinh mà ra ngoài thì trông như một vị long-đồ đã hết lộc rồi; tiên-sinh mà làm đến bổn-phận thì chẳng chút tà-tàm mà lòng như sắt đá, ai lay chẳng truyền ai rung chẳng

et faisaient leur séjour dans la capitale. Le premier et le quinze de chaque lune, jours auxquels tous les tribunaux vaquent il leur donnait secrètement un repas, dans le goût de ceux qu'ils prenaient ensemble, lorsqu'ils demeuraient à Hiang-chan. Il s'y rendait lui-même chaque jour à des heures réglées, et y passait tout le temps qu'il n'était pas obligé de donner à la charge dont il était revêtu, et dont il remplissait tous les devoirs avec la plus rigoureuse exactitude. Au-dessus de la porte qui fermait en dedans ce séjour solitaire, il avait mis cette simple inscription, Tsoui-yn-cheng, c'est-à-dire, au Docteur de l'agréable ivresse.

Rien ne transpirait au dehors de tout ce qui se passait dans son domestique, il se montrait en public avec la décence du plus grave des magistrats, il était d'une droiture et d'une inflexibilité à toute épreuve, quand il s'agissait du devoir. Comme il était sans ambition, et que ce n'était que par un ordre supérieur qu'il avait accepté la seconde place de la Magistrature dans le Tribunal des causes criminelles, il était aussi sans crainte et sans respect humain. La justice et les lois parlaient par sa bouche et lui dictaient tous ses arrêts. Quand on lui demandait quelque chose qui semblait ne pas s'accorder avec les principes de cette équité qui n'a acception de personne, il répondait aux solliciteurs, de quelque qualité qu'ils fussent : Je suis comme l'arbre Tan-kouei (Đan-quế), droit, uni, mais inflexible : on peut me briser, mais non me faire plier.

Pé-kiu-Y ne vécut que cinq ans, depuis son arrivée dans la capitale, il mourut universellement regretté de tous ce qui l'avaient connu, la soixantième année de Hoei-tchang (Hôi-xương), c'est-à-dire l'an de Jésus-Christ 846 ; il était dans la soixante quinzième année de son âge. L'Empereur Ou-Tsoung (Vũ-tôn), son bienfaiteur, mourut à peu près dans le même temps, il est à croire que ce prince qui l'avait comblé de biens et d'honneurs de son vivant, n'eût pas manqué d'honorer sa mémoire par quelque monument digne de sa magnificence, s'il lui avait survécu seulement de quelques années. Il avait fait tirer son portrait et ceux de ses huit compagnons, et les avait placés dans une salle de son Palais, qui n'avait d'autre dénomination que celle de salle des neuf vieillards de Hiang-chan. Mais ce que la mort l'empêcha de faire fut exécuté par son successeur, d'une manière plus conforme peut-être au sujet que celle qu'il aurait pu imaginer lui-même. Sien-tsoung (Tuyên-tôn), placé sur le trône, regarda comme un des articles essentiels au gouvernement celui qui tendait à encourager les talents : il aima surtout la

rời. Tiên-sinh không phải là người tham luyến lợi-danh, phải tuân sắc-mệnh mới ra làm phó-đô-sát viện, cho nên tiên-sinh chẳng sợ ai, vị nể ai cả. Tiên-sinh nói gì, phán xét gì tức là về công-lý luật-pháp cả. Ai xin gì mà tiên-sinh xem ra không được chánh--đáng công-bằng, quan-pháp vô--thân, dù quyền-cao chúc-trọng đến đâu tiên-sinh cũng nói rằng: « Ta đây như cây đan-quế mọc một giỏng, không có mấu mắt đâu nhưng không uốn được, bẻ gẫy ta thì được chứ bắt ta cong gấp lại không xong. »

Bạch-cư-Dị tiên-sinh về kinh--sư ở được năm năm thì mất, ai đã được biết tiên-sinh cũng đều tiếc cả. Năm đó là năm Hội-Xương thứ 6 vào năm 846 sau Thiên-chúa giáng-sinh tiên-sinh hưởng thọ 75 tuổi. Vua Vũ-Tôn là ân-nhân tiên-sinh cũng băng-hà về giạo đó. Thiết-tưởng nhà vua còn lại vài năm nữa, khi tiên-sinh còn sinh-thời phong quan ban tước cho tiên-sinh, lúc tiên-sinh mất rồi thế nào mà chẳng hạ chiếu sây lăng-tẩm cho tiên-sinh cho đích đáng! Nhà vua chỉ bảo vẽ được tiểu-tượng tiên-sinh cùng tám viên bạn cố-tri đem treo trong nội-cung mà thôi. Phòng đó chỉ gọi là Hương-sơn cửu-lão chi phòng. Nhưng nếu nhà vua băng-hà không làm được thì đã có thái-tử làm mà có nhẽ được như ý-nguyện bình-sinh nhà vua vậy. Vua Tuyên-Tôn lên ngôi cửu-ngũ rồi lấy cách tưởng-lệ nhân-tài làm một chánh-trị đạo. Ngài thích thơ phú, đọc thơ Bạch tiên-sinh rất lấy làm hay. Ngài bèn xuống chiếu sai chép lấy những bài chắc là của Bạch tiên-sinh soạn ra, thành một cuốn ước dầy được nghìn trang. Ngài không cho ấn hành, cứ mỗi bài lại khắc vào một tấm đá riêng, rồi mang giồng xung quanh núi non bộ mà Bạch tiên-sinh sai sây trong vườn thửa trước bắt kiểu như núi Hương-sơn. Ngài lại sai đem những sơn thảo liệt-thánh tiên-triều tốn tiền tốn công mới mang được về Hoàng-thành lên giựng ở núi ấy; ngài lại ngự-đề một bài thơ khen nữa.

poésie, et avait lu avec admiration quelques pièces de Pé-kiu-Y ; il fit chercher avec soin toutes celles dont cet aimable poète était incontestablement l'auteur, on en trouva de quoi former un livre qui aurait contenu mille pages.

L'Empereur ne les fit point imprimer, il les fit graver avec soin sur autant de tables de pierre qu'il y avait de sujets différents ; et toutes ces pierres il les fit placer séparément aux différents endroits de cette montagne factice que Pé-kiu-Y avait élevée dans son jardin, à l'imitation de la véritable montagne de Hiang-chan : il enrichit ce monument d'un genre tout nouveau, de quantité de ces productions naturelles qui ne se trouvent que dans les montagnes, et dont la curiosité de ses prédécesseurs avait fait, à grands frais, une ample collection dans son palais : il accompagna le tout d'un magnifique éloge, qu'il ne dédaigna pas de composer lui-même et qu'il écrivit de sa propre main.

C'est ainsi qu'en ne voulant qu'honorer d'une manière singulière un homme singulier, il lui érigea le plus beau trophée qu'on eût encore vu jusqu'alors. La maison de Pé-kiu-Y devint une espèce de temple, dans lequel on se rendait de toutes les provinces de l'empire, pour payer au brillant génie qui l'avait animé, le tribut d'admiration dont il était digne, et pour prendre en même temps, dans la lecture de ses agréables écrits, des leçons pratiques du goût le plus épuré. En fait de chansons fines, de petits contes et de poésies légères, on n'avait rien, disaient les connaisseurs, qui pût être mis en parallèle avec les productions du Docteur de l'agréable ivresse, surtout quant à la variété et à la délicatesse des sujets. La nation entière confirma bientôt ce jugement, par l'empressement qu'elle eut à s'en procurer des copies. On achetait la permission de les transcrire sur les lieux, une once d'or, et l'on donnait une once d'argent pour les avoir de la féconde main. Les étrangers qui venaient alors faire leur commerce à la Chine, n'étaient pas moins empressés que les nationaux à en faire l'acquisition ; ils les échangeaient avec une satisfaction peu commune, contre les plus précieuses de leurs marchandises. On assure en particulier que ceux d'un royaume, qui portait en ce temps là le nom de Ki-lin-koua au-delà des frontières méridionales de Yun-nan, après s'être chargés des plus belles étoffes de soie, et des meilleurs thés du royaume du Milieu croyaient cependant s'en retourner presqu'à vide quand ils n'emportaient pas avec eux, dans leur patrie quelques lambeaux des ouvrages de Pé-kiu-Y.

Ấy cũng vì ngài muốn tôn tụng người dị-kỳ một cách ly-kỳ nên mới xuống chiếu sai sây dựng cho tiên-sinh một cái đài tráng-lệ trước kia chưa từng có ấy, tư-thất Bạch tiên-sinh thành ra một cái đền khắp trong nước ai cũng đến để tỏ lòng quý-trọng một vị thiên-tài, cùng là để đọc thơ phú của tiên-sinh học thực-hành lấy cái ý-vị hay vậy. Mà thực ra, về thi, ca, tản văn, của Túy-ngâm-sinh, người sành văn cho là có nhiều lối mà lối nào cũng hay, không ai bì kịp. Xem cả toàn quốc tranh nhau mà chép văn-chương tiên-sinh đủ biết nhời phẩm-bình ấy rất đúng. Chép tại nhà tiên-sinh ở trước phải giả một lạng vàng, muốn chép nhiều thêm một lạng bạc. Người ngoại-quốc sang Trung-quốc buôn bán cũng đua nhau sao lại thơ Bạch tiên-sinh họ bằng lòng giả bằng hàng hóa rất quý để được phép như thế. Họ truyền rằng: thời đó có một nước gọi là Ky-lân-quốc ở ngoài nam địa-giới tỉnh Vân-nam, dân họ sang Trung-quốc mua lụa rất đẹp, chè tàu rất ngon rồi mà chưa sao được văn-chương Bạch-cư-Dị đoạn nào cũng cho là về tay không vậy.

TỲ-BÀ-HÀNH

玉 露 凋 傷 楓 樹 林
Ngọc lộ điêu thương phong thụ lâm.

巫 山 巫 峽 氣 蕭 森
Vu-sơn, Vu-thiểm, khí tiêu xám.

江 間 波 浪 兼 天 湧
Giang gian ba lãng kiêm thiên dũng.

塞 上 風 雲 接 地 陰
Tái thượng phong vân tiếp địa âm.

叢 菊 兩 開 他 日 淚
Tùng cúc lưỡng khai tha nhật lệ.

孤 舟 一 繫 故 園 心
Cô chu nhất hệ cố viên tâm.

寒 家 處 處 催 刀 尺
Hàn gia xứ xứ thôi đao sích.

白 帝 城 邊 急 暮 砧
Bạch-đế thành biên cấp mộ trâm.

Lác đác rừng phong hạt móc sa.

Ngàn lau hiu-hắt khí thu mờ.

Lưng giời sóng gợn lòng sông thẳm.

Mặt đất mây đùn cửa ải xa.

Khóm cúc thêm tuôn dòng lệ cũ.

Con thuyền buộc chặt mối tình già.

Lạnh lùng dục kẻ tay đao thước.

Thành quạnh gần xa bóng ác tà.

TỲ-BÀ-HÀNH

Goutte à goutte, dans la forêt jaunissante, tombe une fine rosée.

Une touffe de roseaux frissonne mélancoliquement à la pâle clarté automnale.

Comme suspendus dans le vide, des flots plissent la surface d'un large cours d'eau.

Des nuages, comme sortis de terre, s'amoncellent, voilant la frontière lointaine.

La vue des bouquets de chrysanthèmes tire davantage de mes yeux des larmes de regret pour les choses d'antan.

Dans une barque est solidement attaché mon vieil amour.

Le froid excite les gens de couteau et de matraque.

Mais les désertes citadelles, proches ou lointaines, ne sont visitées que par les rayons du soleil couchant.

琵琶行

Tỳ-Bà-Hành

潯 陽 江 頭 夜 送 客
Tầm-dương giang đầu dạ tống khách

楓 葉 荻 花 秋 瑟 瑟
Phong diệp dịch hoa thu sắt sắt

主 人 下 馬 客 在 船
Chủ nhân hạ mã khách tại thuyền

舉 酒 欲 飲 無 管 絃
Cử tửu dục ẩm vô quản huyền

醉 不 成 懽 慘 將 別
Túy bất thành hoan thảm tương biệt

別 時 茫 茫 江 浸 月
Biệt thời mang-mang giang tẩm nguyệt

忽 聞 水 上 琵 琶 聲
Hốt văn thủy-thượng tỳ bà thanh

主 人 忘 歸 客 不 發
Chủ nhân vong qui khách bất phát

尋 聲 暗 問 彈 者 誰
Tầm thanh ám vấn đàn giả thùy

琵 琶 聲 停 欲 語 遲
Tỳ-bà thanh đình dục ngữ trì

Bến Tầm-dương canh khuya đưa khách,
Quạnh hơi thu, lau-lách đìu-hiu.
　　Người xuống ngựa, khách dừng chèo :
Chén quỳnh mong cạn, nhớ chiều trúc tơ.
Say cũng luống ngại khi hầu rẽ,
Nước mênh-mông đặm vẻ gương trong.
　　Đàn ai nghe vẳng bên sông,
Chủ khuây-khỏa lại, khách dùng-dắng xuôi.
Tìm tiếng, sẽ hỏi ai đàn tá,
Ngừng dây tơ, nấn-ná làm thinh.

TỲ-BÀ-HÀNH

Au port de Tầm-dương, par une nuit avancée, je
conduisis mes amis.

Au souffle de l'automne, joncs et roseaux frissonnaient
mélancoliquement.

Je descendis de cheval et mes amis cessèrent de
ramer.

Nous voulions vider nos tasses d'alcool, mais aucun
son de musique ne nous y invitait.

Nous n'avions pas encore joui des plaisirs de l'ivresse
que déjà nous éprouvions la tristesse de la
séparation.

Autour de nous, l'immense nappe d'eau était imbibée
de la clarté lunaire.

Soudain nous perçûmes le son de quelque instrument
de musique du côté de la berge.

J'oubliai de rentrer, mes amis différèrent de partir,

Et, cherchant d'où venait ce son, doucement nous
demandâmes celui qui le faisait entendre.

Mais la lyre se tut, personne ne nous répondit.

移　船　相　近　邀　相　見
Di thuyền tương cận yêu tương kiến
添　酒　携　燈　重　開　宴
Thiêm tửu huề đăng trùng khai yến
千　呼　萬　喚　始　出　來
Thiên hô vạn hoán thủy xuất lai
猶　抱　琵　琶　半　遮　面
Do bão tỳ-bà bán già diện
轉　軸　撥　絃　三　兩　聲
Chuyển chục bát huyền tam lưỡng thanh
未　成　曲　調　先　有　情
Vỵ thành khúc điệu tiên hữu tình
絃　絃　掩　抑　聲　聲　思
Huyền huyền yểm ức thanh thanh tứ
似　訴　生　平　不　得　志
Tự tố sinh bình bất đắc chí
低　眉　信　手　續　續　彈
Đê my thân thủ tục tục đàn
說　盡　心　中　無　限　事
Thuyết tận tàm trung vô hạn sự
輕　攏　慢　撚　撥　復　挑
Khinh lung mạn nhiên bát phục khiêu
初　為　霓　裳　後　六　么
Sơ vi Nghê-thường hậu Lục-yêu

Dời thuyền, ghé lại thăm tình,
Giong đèn chuốc chén còn dinh tiệc vui.
Mời mọc mãi, thấy người bỡ ngỡ,
Còn ôm đàn che nửa mặt hoa.
Vặn đàn, vài tiếng dạo qua,
Dẫu chưa nên khúc, tình đà thoảng hay.
Nghe não-nuột mấy dây bất-dất,
Nhường nắn-nì, tấm tức bấy lâu.
Chau mày, tay gẩy khúc sầu,
Giãi bày hết nỗi trước sau muôn vàn.
Ngón buông, bắt, khoan khoan diu-dặt,
Trước Nghê-thường, sau thoắt Lục-yêu,

Déramant notre esquif, nous approchâmes pour voir
l'artiste mystérieux.

Nous allumâmes nos lampes, nous remplîmes nos
tasses d'alcool et nous organisâmes un second
banquet.

Après maintes invitations, la personne demandée se
montra enfin :

Elle portait encore sa *tỳ-bà* [1] avec laquelle elle se
cachait la moitié du visage.

Tournant les chevilles de son instrument et préludant,
elle en tira quelques sons.

La gamme, pour ne former aucun morceau, ne
nous ravissait pas moins.

A entendre ces notes qui vibraient, douloureuses,

On devinait chez la musicienne une cruelle déception.

Elle fronça les sourcils et joua une pièce mélancolique,

Dévoilant tout ce qu'elle avait sur le cœur.

Sous ses doigts qui, doucement, se promenaient sur
les touches,

Et qui attaquaient successivement le *Nghê-thưởng*,
puis le *Lục-yêu,*

---

(1) *Tỳ-bà*, guitare plate, en forme de poire, généralement accordée
en quarte, seconde et quarte.

大 絃 嘈 嘈 如 急 雨
Đại huyền tào tào như cấp vũ

小 絃 切 切 如 私 語
Tiểu huyền thiết thiết như tư ngữ

嘈 嘈 切 切 錯 雜 彈
Tào tào thiết thiết thác tạp đàn

大 珠 小 珠 落 玉 盤
Đại châu tiểu châu lạc ngọc bàn

間 關 鶯 語 花 底 滑
Gian quan oanh ngữ hoa để hoạt

幽 咽 流 泉 水 下 灘
U yết lưu toàn thủy hạ than

水 泉 冷 澀 絃 凝 絕
Thủy toàn lãnh sáp huyền ngưng tuyệt

凝 絕 不 通 聲 漸 歇
Ngưng tuyệt bất thông thanh tiệm yết

別 有 幽 愁 暗 恨 生
Biệt hữu u sầu ám hận sinh

此 時 無 聲 勝 有 聲
Thử thời vô thanh thắng hữu thanh

銀 瓶 乍 破 水 漿 迸
Ngân bình sạ phá thủy tương tinh

鐵 騎 突 出 刀 槍 鳴
Thiết kỵ đột xuất đao thương minh

Dây to, nhường đổ mưa dào.
Nỉ-non dây nhỏ như trò-chuyện riêng.
Tiếng cao thấp, lần chen liền gảy.
Màm ngọc đàu, bỗng nẩy hạt châu.
Trong hoa, oanh ríu-rít nhau.
Suối tuôn réo-rắt chảy thàu xuống ghềnh.
Nước lạnh lẽo, dây mành ngừng tắt.
Ngừng tắt, nên 'phút bặt tiếng tơ.
Ôm sầu mang giận ngẩn-ngơ.
Tiếng tơ lạnh-ngắt bấy giờ càng hay.
Bình bạc vỡ, tuôn đày giọt nước,
Ngựa sắt giong, thét ngược tiếng đao.

La grosse corde faisait entendre un bruit d'averse,

Et la petite résonnait doucement comme pour nous
souffler de secrètes confidences.

Les notes élevées alternaient harmonieusement avec
les basses:

On eût dit des perles tombant sur un plateau de
jade,

Ou des chants de loriots dans les fleurs,

Ou le murmure d'une source au fond d'une vallée.

De même que la source gelée se tait, la guitare
subitement cessa de résonner.

Comme elle se taisait, on n'en percevait plus l'écho.

On avait l'impression d'une vive douleur soufferte
en silence;

Et le silence qui tombait alors était bien plus
éloquent encore.

Comme un vase d'argent brisé qui laisse jaillir l'eau
qu'il contient,

Ou un cavalier qui brusquement galope, en faisant
entendre le cliquetis de son cimeterre,

曲 終 抽 撥 當 心 畫
Khúc chung chừu bát đương tâm hoạch

四 絃 一 聲 如 裂 帛
Tứ huyền nhất thanh như liệt bạch

東 船 西 舫 悄 無 言
Đông thuyền tây phường tiễu vô ngòn

唯 見 江 心 秋 月 白
Duy kiến giang tâm thu nguyệt bạch

沈 吟 收 撥 挿 絃 中
Trầm ngâm thu bát sáp huyền trung

整 頓 衣 裳 起 歛 容
Chỉnh đốn y thường khởi liễm dung

自 言 本 是 京 城 女
Tự ngòn bản thị Kinh-thành nữ

家 在 蝦 蟆 陵 下 住
Gia tại Hà-mò lăng hạ chú

十 三 學 得 琵 琶 成
Thập tam học đắc tỳ-bà thành

名 屬 教 坊 第 一 部
Danh thuộc giáo phường đệ nhất bộ

曲 能 常 教 善 才 服
Khúc bãi thường giao Thiện-tài phục

妝 成 每 被 秋 娘 妒
Trang thành mỗi bị Thu-nương đố

Cung đàn trọn khúc thanh-tao,
Tiếng buông sé lụa lựa vào bốn dây.
Thuyền mấy lá đồng tây im phắc,
Một vầng giăng trong vắt lòng sông.
Ngậm-ngùi đàn đã sắp xong,
Áo xiêm sửa dáng dậy mong giã nhời.
Rằng: «Xưa vốn là người kẻ chợ,
Gò Hà-mò thú ở làn-la,
Học đàn từ thuở mười ba,
Giáo-phường đệ nhất, sổ đà liệt tên.
Ả Thiện-Tài sợ phen dựng khúc,
Gái Thu-nương ghen lúc điểm-tô.

L'air joué était imprégné de sentiments élevés;

Et les quatre cordes de la guitare donnaient
l'impression d'un bruit fait par une pièce de
soie qu'on déchire.

Du levant au couchant, une parfaite tranquillité
planait sur les jonques.

Le lit du fleuve reflétait la blanche clarté de la lune.

Lorsqu'elle eut fini de jouer,

La musicienne se leva, mit de l'ordre à ses vêtements
et nous répondit en ces termes :

« Originaire de la capitale,

« J'avais ma demeure sur la colline Hà-mô.

« Dès l'âge de treize ans, j'ai appris à jouer de la *tỳ-bà*,

« Et j'ai mon nom inscrit le premier sur la liste
du conservatoire.

« La dame Thiện-Tài a peur de moi quand je pince
ma guitare.

« Et Thu-nương m'envie quand je me pare.

五　陵　年　少　爭　纏　頭
Ngũ-lăng niên thiếu tranh chiền đầu

一　曲　紅　綃　不　知　數
Nhất khúc hồng tiêu bất tri số

鈿　頭　銀　篦　擊　節　碎
Điền đầu ngân tỷ kích tiết toái

血　色　羅　裙　翻　酒　汚
Huyết sắc la quần phiền tửu ố

今　年　歡　笑　復　明　年
Kim niên hoan tiếu phục minh niên

秋　月　春　風　等　閒　度
Thu nguyệt xuân phong đẳng nhàn độ

弟　走　從　軍　阿　姨　死
Đệ tẩu tòng quân át di tử

暮　去　朝　來　顏　色　故
Mộ khứ chiêu lai nhan sắc cố

門　前　冷　落　鞍　馬　稀
Môn tiền lãnh lạc yên mã hy

老　大　嫁　作　商　人　婦
Lão đại giá tác thương nhân phụ

商　人　重　利　輕　別　離
Thương nhân trọng lợi khinh biệt ly

前　月　浮　梁　買　茶　去
Tiền nguyệt phù lương mãi trà khứ

Ngũ-lăng tuổi trẻ tranh đua,
Biết bao the đỏ chuộc mua ngón đàn !
Vành lược bạc, chia tan dịp khổ,
Bức quần hồng, hoen ố rượu rơi.
Năm năm lần-lữa vui cười.
Mãi giăng gió, chẳng đoái hoài xuân thu.
Buồn em chạy lại lo dì thác,
Lần bóng mai, đổi khác hình dung.
Cửa thưa, dấu ngựa vắng không,
Thân già mới kết bạn cùng khách thương.
Khách trọng lợi, khinh đường xa-cách,
Mãi bán chè, sớm tếch dặm khơi.

« Durant ma jeunesse, j'exerçais mon art à Ngŭ-
lăng.

« Que de pièces de soie rouge on m'a offertes pour
me faire jouer !

« Que de fois, comme pour battre la mesure, mon
peigne d'argent s'est brisé en tombant !

« Mon pantalon rouge a été taché par l'alcool
qui s'y était épandu !

« Mes années successivement se passèrent ainsi en
rires et en divertissements.

« Je ne me souciais guère ni de la lune d'automne
ni du zéphyr printanier,

« Mais bientôt, je fus affligée du départde mon
frère aux armées et de la mort de ma tante ;

« Avec la fuite des jours, ma beauté s'en est allée.

« Devant ma porte déserte, on ne trouvait plus au-
cune trace de cheval.

« Devenue vieille, j'ai épousé un commerçant,

« Qui, avec son amour du gain, est indifférent à
notre séparation :

« Il est parti, pressé de vendre son thé,

去 來 江 口 守 空 船
Khứ lai giang khẩu thủ không thuyền

繞 船 明 月 江 水 寒
Nhiễu thuyền minh nguyệt giang thủy hàn

夜 深 忽 憶 少 年 事
Dạ thâm hốt ức thiếu niên sự

夢 啼 妝 淚 紅 闌 干
Mộng đề trang lệ hồng lan can

我 聞 琵 琶 已 歎 息
Ngã văn tỳ-bà dĩ thán tức

又 聞 此 語 重 唧 唧
Hựu văn thử ngữ trùng tức tức

同 是 天 涯 淪 落 人
Đồng thị thiên nhai luân lạc nhân

相 逢 何 必 曾 相 識
Tương phùng hà tất tằng tương thức

我 從 去 年 辭 帝 京
Ngã tòng khứ niên từ đế kinh

謫 居 臥 病 潯 陽 城
Chích cư ngọa bệnh Tầm-dương thành

潯 陽 地 僻 無 音 樂
Tầm-dương địa tịch vô âm nhạc

終 歲 不 聞 絲 竹 聲
Chung tuế bất văn ty trúc thanh

Thuyền không đỗ bến mặc ai,
Quanh thuyền giăng sáng nước soi lạnh lùng.
Canh khuya, chợt nhớ vòng tuổi trẻ,
Lệ hồng tràn, hoen vẻ phấn son. »
Nghe đàn, ta đã chạnh buồn,
Lại rầu nghe nỗi nỉ-non mấy nhời.
Cùng một lứa, bên giời lắng đắng,
Gặp-gỡ nhau lọ sẵn quen nhau !
Từ xa Kinh-khuyết bấy lâu,
Tầm-dương đất chích, gối sầu hôm mai.
Chốn cùng-tịch, biết ai vui vớ,
Tai chẳng nghe đàn thồi cả năm.

« Me laissant ici, dans cette barque solitaire,

« Que seule la lune visite, au milieu de cette froide
    étendue d'eau.

« A cette heure avancée de la nuit, soudain, je me
    suis souvenue de ma jeunesse.

« Et j'ai taché de mes larmes toutes rouges le fard
    dont je m'étais parée. »

Moi qui fus déjà remué par sa musique,

Je me sentis plus affligé encore à ces confidences.

Elle et moi, nous fûmes tous deux exilés sous le
    même ciel,

Point n'était besoin que nous nous fussions connus
    l'un de l'autre.

Depuis mon départ de la capitale,

Dans ce port étranger de Tâm-dương, je traînais
    ma mélancolie.

Sur cette terre déserte, avec qui me lier?

D'un bout de l'année à l'autre, aucun son de mu-
    sique n'était parvenu à mes oreilles.

住 在 湓 城 地 低 濕
Chú tại Bồn-thành địa dè thấp

黄 蘆 苦 竹 繞 宅 生
Hoàng lư khổ trúc nhiễu trạch sinh

其 間 旦 慕 聞 何 物
Kỳ gian đán mộ văn hà vật

杜 鵑 啼 血 猿 哀 鳴
Đỗ quyên đề huyết viên ai minh

春 江 花 朝 秋 月 夜
Xuân giang hoa chiêu thu nguyệt dạ

往 往 取 酒 還 獨 傾
Vãng vãng thủ tửu hoàn độc khuynh

豈 無 山 歌 與 村 笛
Khởi vô sơn ca dữ thôn địch

嘔 啞 啁 晰 難 為 聽
Àu á chu chiết nan vi thinh

今 夜 聞 君 琵 琶 語
Kim dạ văn quân tỳ-bà ngữ

如 聽 仙 樂 耳 暫 明
Như thính tiên nhạc nhĩ tiệm minh

莫 辭 更 坐 彈 一 曲
Mạc từ cánh tọa đàn nhất khúc

為 君 翻 作 琵 琶 行
Vị quàn phiền tác tỳ-bà-hành

Sông Bồn, gần chốn cát lầm,
Lau già, trúc cỗi, âm thầm quanh hiên.
Tiếng chi đó, nghe liền sớm tối,
Quyên kêu than, vượn hót véo-von.
Hoa xuân nở, nguyệt thu tròn,
Lần lần tay chuốc chén son ngập-ngừng.
Há chẳng có sáo rừng hát núi,
Giọng líu-lo nhiều nỗi khó nghe.
Tỳ-bà nghe dạo đêm khuya,
Nhạc tiên đầu đã sớm kề bên tai.
« Hãy ngồi lại, đàn chơi khúc nữa,
Sẽ vì nàng soạn-sửa nhời ca. »

Sur le bord du fleuve Bồn, plat et humide,

Seuls les roseaux jaunissants et les bambous rabou-
gris poussaient autour de ma demeure.

Du matin au soir, je n'entendais que les cris de je
ne sais quels êtres,

Et les lamentations des poules d'eau et les hurle-
ments des gibbons.

Devant les fleurs printanières qui passaient et la
lune d'automne qui déclinait,

Seul, je me versais à boire,

N'ayant pour concert que les chansons des sauvages
et la flûte rustique,

Discordantes et fort difficiles à entendre.

Aussi cette nuit là, le son de la guitare de notre
musicienne

Me parut-elle comme une musique féerique.

« Restez encore un moment, dis-je à la pauvre femme,
et régalez-nous d'un nouveau morceau.

« En votre honneur, je composerai une chanson
sur l'air que vous aurez joué. »

感 我 此 言 良 久 立
Cảm ngã thử ngôn lương cửu lập

却 坐 促 絃 絃 轉 急
Khước tọa xúc huyền huyền chuyển cấp

凄 凄 不 似 向 前 聲
Thê thê bất tự hướng tiền thanh

滿 坐 聞 之 皆 掩 泣
Mãn tọa văn chi giai yểm khấp

坐 中 泣 下 誰 最 多
Tọa trung khấp hạ thùy tối đa

江 州 司 馬 青 衫 濕
Giang-châu Tư-mã thanh Xam thấp

Đứng lâu nhường cảm ý ta,
Dốn ngồi, giở ngón đàn đà kíp dây.
Bực rầu-rĩ khác tay đàn trước,
Trong tiệc nghe tuôn nước lệ rơi.
Lệ ai chan-chứa hơn người,
Giang-châu Tư-mã đượm mùi áo xanh.

Peut-être m'eut-elle compris, car elle m'obéit

Elle se rassit, et après avoir accordé sa guitare,

Elle nous joua des airs bien plus mélancoliques
encore que les précédents.

Tous, nous versions des pleurs,

Mais celui d'entre nous qui pleurait le plus,

C'était le Tư-mã de Giang-châu[1] dont la robe bleue
était mouillée de larmes.

———

[1] Titre de Bạch-cư-Dị

ANTHOLOGIE FRANCO-INDOCHINOISE

I

Pierre LOTI, Henri MOUHOT, Francis GARNIER, Louis de CARNÉ, Jules BOISSIÈRE.

II

Albert de POUVOURVILLE, Paul BONNETAIN, Paul BOURDE.

III

P. - J. L. de la BISSACHÈRE, Michel DUC-CHAIGNEAU, Dutreuil de RHINS, Paul NÉIS.

IV

Alexandre de RHODES, CÉSAR de BAZANCOURT, Charles LEMIRE, L. de GRAMMONT, Léopold PALLU.

Prix : **0$25**

En vente chez LÊ-VĂN-TÂN

136, Rue du Coton — HANOI